चला जाणून घेऊ या!

उपयुक्त कानमंत्र
(सर्वसाधारण घरगुती समस्यांवर)

मंजूषा आमडेकर

मेहता पब्लिशिंग हाऊस

चला जाणून घेऊ या! उपयुक्त कानमंत्र

मंजूषा आमडेकर
१९, रेश्मा सोसायटी, लोकमान्य कॉलनी, कोथरूड, पुणे २९.

मराठी अनुवादाचे व प्रकाशनाचे हक्क मेहता पब्लिशिंग हाऊस, पुणे.

प्रकाशक : सुनील अनिल मेहता, मेहता पब्लिशिंग हाऊस,
१९४१, सदाशिव पेठ, माडीवाले कॉलनी, पुणे – ३०.

मुखपृष्ठ : मेहता पब्लिशिंग हाऊस

प्रकाशनकाल : जानेवारी, २००७ / फेब्रुवारी, २००९ /
जानेवारी, २०१३ / पुनर्मुद्रण : ऑक्टोबर, २०१७

P Book ISBN 9788177668049

प्रस्तावना

साध्या किरकोळ समस्या घरगुती उपायांनी घरच्या घरी सोडवता येऊ शकतात. अशा वेळी उपयुक्त ठरतील असे कानमंत्र या पुस्तकात सापडतील. पण हे घरगुती उपाय 'डॉक्टरांना' पर्याय नक्कीच नसतात. गंभीर समस्या असेल तर वेळ न घालवता डॉक्टरांकडे जाणेच योग्य असते. पण तिथे पोहोचेपर्यंत तात्पुरती उपाययोजना करायला काहीच हरकत नसते.

यातले साधेसुधे कानमंत्र आजमावून आपल्या शरीराचे आणि मनाचे आरोग्य सुधारायला आणि आपले व्यक्तिमत्त्व खुलवायला वाचकांना मदत होऊ शकेल अशी आशा वाटते.

All rights reserved along with e-books & layout. No part of this publication may be reproduced, stored in a retrieval system or transmitted, in any form or by any means, without the prior written consent of the Publisher and the licence holder. Please contact us at **Mehta Publishing House,** 1941, Madiwale Colony, Sadashiv Peth, Pune 411030.

© +91 020-24476924 / 24460313

Email : info@mehtapublishinghouse.com
production@mehtapublishinghouse.com
sales@mehtapublishinghouse.com

Website : www.mehtapublishinghouse.com

- *या पुस्तकातील लेखकाची मते, घटना, वर्णने ही त्या लेखकाची असून त्याच्याशी प्रकाशक सहमत असतीलच असे नाही.*

वय व्हायला लागते तसतसे शरीरातले जस्त, तांबे, लोह, कॅल्शियम, क्रोमियम वगैरे धातू कमी होत जातात. यावर चांगला उपाय म्हणजे मल्टिव्हिटॅमिनच्या गोळ्या घेणे.

तरुण वयातच काहीतरी छंद जोपासायला सुरुवात करा. माणसं जोडा. म्हणजे निवृत्तीनंतर काय करायचे हा प्रश्न पडणार नाही आणि एकाकी वाटणार नाही.

उपयुक्त कानमंत्र । १

खूप वय झालेल्यांना निद्रानाश, भ्रमिष्टावस्था किंवा अशक्तपणा या सारख्या गोष्टींना सामोरे जावे लागते. अशा वेळी व्हिटॅमिन B1, B6, B12 यांच्या गोळ्यांचा खूप उपयोग होतो.

प्रत्येक वेळेला खाणं-पिणं झाल्यानंतर चांगल्या ७-८ खळखळून चुळा भराव्यात. हिरड्यांवरून बोट फिरवावं. यामुळे दातांच्या फटीत अडकलेले छोटे छोटे अन्नकण निघून जातील. दात, तोंड स्वच्छ राहील.

२ । उपयुक्त कानमंत्र

दाढ दुखत असेल तर त्यावर एखादा कांदा दाबून ठेवला तर वेदना कमी होतात.

नूडल्स, स्पॅगेटी, मॅक्रोनी वगैरे लागतात छान; पण त्यात तंतू अजिबात नसतात. शिवाय जादा मिठाच्या, साखरेच्या आणि प्रिझर्वेटिव्हच्या वापराने त्यातल्या जीवनसत्त्वांचा नाश झालेला असतो.

चेहरा किंवा डोळे धुताना तोंडात पाणी घ्यावे. त्यामुळे डोळ्यांना थंडावा पोहचतो.

खाण्यापिण्याच्या बाबतीत मुलांना पहिल्यापासूनच चांगल्या सवयी लावाव्यात. दिवसातून तीनदा खाणे पुरेसे होते. त्यांना अन्न चावून चावून खायला शिकवावे आणि सावकाश जेवायला सांगावे.

दात घासायला मऊ ब्रशच वापरावा. कडक ब्रशमुळे हिरड्यांना इजा होऊन जंतुसंसर्ग होण्याची भीती असते.

वृद्ध लोकांना लघवी साफ होत नाही. त्यांनी अतिरिक्त प्रथिने आणि मीठ खाणे टाळले पाहिजे. कारण या गोष्टी खाण्याने मूत्रपिंडाच्या कार्यक्षमतेवर जास्त ताण पडतो.

पालथे झोपण्याने घोरणे कमी होते.

रोज किमान ८ ग्लास पाणी प्यावे. त्यामुळे शरीरातील नको असलेल्या घटकांचा साफ निचरा होऊन जातो. तसेच मुतखडा होण्याचा धोका संभवत नाही.
सोडा, शितपेये टाळलेली बरी.

मुलांच्या मनातले फास्टफुडचे वेडे आकर्षण
युक्तीने दूर करावे आणि त्यांना घरातच बनवलेले
पौष्टिक अन्न चवीने खायला शिकवावे.

अंघोळीच्या पाण्यात थोडा खायचा सोडा मिसळला तर
अंगाची खाज किंवा किरकोळ पुरळ कमी होतात.

शौचास पातळ होत असेल तर एखादे केळे किंवा दही-भात खावा म्हणजे आराम पडतो.

स्त्रियांनी पायांची निगा राखली पाहिजे. बोटांच्या मधला भाग स्वच्छ करावा. घरात ओल्या पायांनी फिरू नये. कारण त्यामुळे बोटांच्यामध्ये बुरशी जमा होत राहते.

मुलांचे टीव्हीतील लक्ष कमी व्हावे म्हणून त्यांना छंदात्मक गोष्टीत रमवावे. त्यांना लहानपणापासूनच छोट्या छोट्या गोष्टींमधला आंनद मिळवण्यास शिकवावे.

गाजरे नेहमी स्वच्छ धुऊन खावीत. त्यांची साले काढू नयेत.

उपयुक्त कानमंत्र । ९

उन्हाळ्याच्या दमट हवामानात दिवसभरात दोनदा तरी मोजे बदलावेत. नायलॉनच्या मोज्यांमुळे पायांना जंतुसंसर्ग होऊ शकतो. तुमच्या पायांच्या तळव्यांना खूप घाम येत असेल तर तुम्ही सुती मोजे वापरावेत.

चावणाऱ्या कीटकांना गडद रंग आवडतात. जर रात्री झोपताना पांढरे बेडशीट आणि पांढरे कपडे यांचा वापर केला तर तुलनेने तुम्हाला हे कीटक कमी चावतील.

स्वयंपाकघरातील झुरळे मारण्यासाठी विषारी कीटकनाशके वापरणे टाळा व त्याऐवजी बोरीक ॲसिड पाण्यात मिसळून त्याने ओटा, फरशी धुवावे.

बाथरूमला जावेसे वाटले की लगेच जावे. लघवी तुंबून ठेवल्याने शरीरावर ताण येतो.

उडीद आणि मेथीदाणे भिजवून वाटावे आणि केसांना लावावे. नंतर केस धुऊन टाकावेत. यामुळे केस तर वाढतातच. शिवाय पांढरे होत नाहीत. कोंडा निघून जातो.

झोपण्यापूर्वी गरम पाण्यात अर्धा तास पाय बुडवून बसावे. शांत झोप लागते.

थंडीच्या दिवसांतदेखील पांघरूण डोक्यावर घेऊ नये. नाक झाकले गेले, तर ऑक्सिजनचा पुरवठा कमी होतो.

उजव्या कुशीवर झोपण्याने घोरणे थांबते; तसेच बंद नाकही मोकळे होते. नाक चोंदून श्वास घेता येत नसेल तर उजव्या कुशीवर झोपून पहावे.

उपयुक्त कानमंत्र । १३

घरात सगळीकडे गालिचा घालून ठेवण्यापेक्षा सतरंजी, चटई, रग यांचा वापर करावा. कारण गालिचात धूळ, बारीक किडे वगैरे अडकून घरात धुळकट वातावरण राहते.

पाठीला खरा आराम मऊ गादीवर मिळत नसून चटई, सतरंजी यांसारख्या गोष्टी जमिनीवर अंथरून झोपल्यासच मिळतो.

कॅल्शियम हे फक्त हाडांसाठी चांगले आहे असे नसून, कोलेस्टेरॉलवर नियंत्रण राखण्यासाठीही त्याचा उपयोग होतो.

नाक बंद असेल तर नाकातले थेंब वापरले जातात, पण तेही ८-१० दिवसांपेक्षा जास्त दिवस वापरू नयेत. दीर्घकाळ नाक बंद राहात असेल तर तातडीने डॉक्टरांकडे जाणेच योग्य ठरेल.

बद्धकोष्ठतेचा त्रास असणाऱ्यांनी कच्चा कोबी खावा. त्याचा रस घेण्याने अल्सर बरा व्हायला मदत होते. कोबी खूपच औषधी आणि गुणकारी आहे. पण तो वापरण्यापूर्वी प्रत्येक पान स्वच्छ धुऊन घ्यावे.

बारीकसे कापलेले वगैरे असेल तर त्यावर कोमट टी बॅग धरावी. त्यामुळे रक्तस्त्राव थांबतो.

संधिवाताचा त्रास असणाऱ्यांनी वजन वाढेल असा आहार घेऊ नये. कारण संधिवातात वजन कमी असण्याला खूप महत्त्व आहे.

हिरव्या मिरचीत ए आणि सी जीवनसत्त्वे मुबलक प्रमाणात असतात. फार थोड्या कॅलरीज असतात आणि स्निग्धांश काहीच नाही. जर तुम्ही खाऊ शकत असाल, तर जेवणात रोज एक मिरची असायला काहीच हरकत नाही.

उपयुक्त कानमंत्र । १७

मधुमेही लोक जेव्हा गोड किंवा तळलेले पदार्थ खातात तेव्हा इन्शुलिन किंवा औषध-गोळ्यांचा डोस जास्त घेतात. पण हे धोकादायक आहे. कारण यामुळे रक्तातली साखरेची पातळी घसरते आणि माणूस त्यामुळे अत्यवस्थ होऊ शकतो.

तुमची त्वचा जर कोरडी असेल तर गरम पाण्याने अंघोळ करू नये. जर अगदी थंड पाण्याने अंघोळ करणे शक्य नसेल, तर अंघोळीपूर्वी मोहरीच्या तेलाने मालीश जरूर करा.

दहा बदाम रात्रभर भिजवून, सकाळी त्यांची साले काढून त्याचा लेप बनवावा. त्यात एक चमचा साय आणि एक चमचा खोबरेल तेल घालून एकजीव करावे. मग हा लेप चेहेऱ्याला लावून १५ मिनिटे मसाज करावा. नंतर अंघोळ करावी. थोड्याच दिवसांत तुमचा चेहरा चमकायला लागेल.

कधी कधी आपण जास्त खातो. अशा वेळी चमचाभर काळी मोहरी पाण्याबरोबर गिळावी त्यामुळे अपचन होणार नाही.

उपयुक्त कानमंत्र । १९

प्रदूषणामुळे वरचेवर घसा खराब होण्याची तक्रार खूप जणांना जाणवते. अशा वेळी घसा खूप दुखत असेल, तर थोडी हळद घेऊन गुळात कालवून त्याची गोळी करावी. रात्री झोपण्यापूर्वी ही गोळी सावकाश चावून, चघळून खावी आणि त्यावर गरम दूध प्यावे. आराम वाटेल. घसा आतून लाल झाला असेल, तर झोपण्यापूर्वी गरम पाण्यात मीठ घालून त्या पाण्याने गुळण्या कराव्यात.

पेरू खाण्याने पोट साफ राहते.

रोज जितके शक्य होईल तितके चालावे. सहज पण भराभर चालावे. त्यामुळे मन आणि शरीर निरोगी रहाते. रात्रीच्या जेवणानंतर चालण्याचे तर खूपच फायदे आहेत.

एखाद्या हिरव्या रंगाच्या बाटलीत पाणी भरून ती बाटली काही दिवस उन्हात ठेवा. जेव्हा डोळ्यांवर ताण आलेला असेल, तेव्हा यातले पाणी वापरून डोळे धुवावेत. डोळ्यांना खूप आराम वाटेल.

लांबचा प्रवास करताना पाठ सतत गाडीच्या सीटला टेकवू नये. मध्येमध्ये हाताकडच्या बाजूही सीटला टेकाव्यात. मध्येच कार थांबवून, उतरून थोडे चालावे.

उभे राहताना नीट दोन्ही पायांवर उभे राहावे. म्हणजे शरीराचा भार एकाच पायावर पडत नाही.

लिफ्टचा वापर टाळून जिने चढावेत. उत्साह वाढतो. एखाद-दुसरा मजला चढायचा असेल, तर सरकत्या जिन्यांचा वापरही टाळावा.

अति स्निग्धांश असलेले अन्नपदार्थ खाण्याने मन एकाग्र होत नाही. बुद्धी फारशी चालत नसल्याचाही अनुभव येतो. गोष्टींचे नीट अंदाज बांधता येत नाहीत, पटकन लक्षात येत नाहीत.

मांस आणि अंडे यांपेक्षासुद्धा जास्त प्रथिने शेंगदाण्यात असतात.

आहार कमी करून वजन घटवताना एका गोष्टीचे भान ठेवावे. एका महिन्यात पाच किलोपेक्षा जास्त वजन कमी होता कामा नये. यामुळे अशक्तपणा तर येतोच, शिवाय तुम्ही सर्वसाधारण आहार घ्यायला लागल्यावर पुन्हा कमी झालेले वजन उसळून वाढते.

पायांना झाकून, पायांचे रक्षण करू शकतील असेच बूट निवडावेत. बुटात आपली बोटे सहज मावली पाहिजेत. बुटांची खरेदी शक्यतो संध्याकाळीच करावी. कारण त्या वेळी पाय थोडे जड आणि फुगीर झालेले असतात.

गाजराच्या मोसमात खूप गाजरं खावीत. कोणत्याही फळाचा रस पोटात घेण्यापेक्षा ते फळ खाणेच जास्त चांगले असते. कारण त्यातल्या तंतुमय भागाचाही शरीराला खूप उपयोग होतो.

उपयुक्त कानमंत्र । २५

नखांच्या जवळची त्वचा कोरडी पडली असेल किंवा चिरा पडल्या असतील, तर रात्री झोपण्यापूर्वी त्याला व्हॅसलिन किंवा अँटिबायोटिक क्रीम लावावे.

ज्यांना दमा आहे अशा व्यक्तींना दमट हवेपेक्षा कोरडे हवामान जास्त मानवते. अशा लोकांनी समुद्रकिनारी जाणे टाळावे.

लहान मुलांना कधी कधी कडू औषधे घ्यावी लागतात. पण त्यांना ती मुळीच घ्यायची नसतात. अशा वेळी ते कडू औषध पाणी किंवा मध यात मिसळून दिले तर त्याचा कडवटपणा कमी होतो.

अल्सरचा त्रास असणाऱ्या लोकांनी दिवसभरात ३-४ वेळा फ्रीजमधले गार दूध साखर न घालता प्यावे.

ॲस्पिरिनसारख्या गोळ्या फळांचा रस, कॉफी, चहा, सोडा किंवा शीतपेये यांच्याबरोबर घेऊ नयेत. त्याचा परिणाम वाईट होतो.

लिंबाचा रस आणि साखर एकत्र करून केसांना लावावे. चार-पाच तासांनी केस धुऊन टाकावे. कोंड्याचा समूळ नाश होईल.

बऱ्याचदा थोडे बरे वाटायला लागताच पेशंट उपचार घेणे सोडून देतो. पण असे न करता डॉक्टरांनी सांगितलेले असेल तोपर्यंत उपचार पूर्णपणे घ्यावेत.

शरीर मागे झुकवून ताण द्यावा. उजवीकडे-डावीकडे शरीर ताण देऊन वळवावे. दिवसभरात हे शक्य तेवढे करावे. यामुळे शरीर चपळ आणि तंदुरुस्त राहील.

उपयुक्त कानमंत्र । २९

कडुलिंब हा उत्कृष्ट निर्जंतुकाचे काम करतो. शक्य असेल तर अंगणात त्याचे झाड जरूर लावावे.

पाण्यात कडुलिंबाची पाने उकळावीत आणि ते पाणी अंघोळीच्या पाण्यात घालावे. हे पाणी कोमट असावे. यामुळे अंगाला खाज सुटत असेल तर कमी होते.

गुदद्वाराला थोडे मोहरीचे तेल किंवा व्हॅसलिन लावावे. (थोडे आत- साधारण अर्धा-एक इंच) यामुळे मूळव्याधीचा त्रास होणार नाही आणि ज्यांना हा त्रास आहे त्यांनाही आराम पडेल.

त्वचेवर किरकोळ भाजणे, खरचटणे, पुरळ येणे, खाज सुटणे असा त्रास होत असेल तर कोरफड जेल लावावे.

पोटदुखी आणि गॅसेस यांवर ओवा फारच गुणकारी आहे. जेवणानंतर अर्धा चमचा ओवा खाल्ला तर पचन चांगले होते.

मोड आलेले धान्य न शिजवता खावे.

रोज साबण किंवा शॅम्पू लावून केस धुतले तर केसात कोंडा होतो. विशेषत: शॅम्पू जास्त हानिकारक असतो. कारण त्यात ॲसिड असते.

कोरडे केस आठवड्यातून एकदाच धुवावेत. तेलकट केस दोनदा धुवावेत. कंगव्याऐवजी ब्रश वापरावा.

चेहेऱ्यावरचे मुरुम किंवा पांढऱ्या पुटकुळ्या फोडू नयेत. त्यामुळे चेहेऱ्याला जंतुसंसर्ग तरी होतो किंवा काळे डाग पडतात.

तुम्हाला जर सारख्या ढेकरा येत असतील, तर त्याचा अर्थ तुम्ही पोटात खूप हवा घेत आहात. शीतपेये कमी घ्यावीत. च्युईंगम खाऊ नये. खाताना तोंड बंद ठेवावे.

संधिवात, सूज आणि सांधे आखडणे यावर कोरफड जेल पोटात घ्यावे. विशेषत: म्हातारपणात हे त्रास होत असतील, तर कोरफड खूपच गुण देते.

आवळ्यात भरपूर प्रमाणात व्हिटॅमिन 'सी' असते. आवळा वाळला तरी ते त्यात असते. एक चमचा आवळा पावडर दुधात किंवा पाण्यात मिसळून घ्यावी. आवळ्यामुळे वृद्धत्व लवकर येत नाही. थंडी-ताप-खोकला, खूप ताप, ॲलर्जी यावर आवळा फारच उपयुक्त आहे.

रोजच्या आहारात कच्च्या भाज्यांचा समावेश अवश्य करावा. भाज्या, फळे शक्यतो साली सकट खावीत. विनाकारण साले काढू नयेत. जिथे साल काढणे आवश्यकच असेल तिथे पर्याय नसतो.

तुमचे ओठ कोरडे पडून साले निघत असतील तर त्यावर सारखी जीभ फिरवू नये. त्याने बरे वाटायच्या ऐवजी त्रास वाढेल. त्यापेक्षा ओठांवर व्हॅसलिन किंवा तूप लावावे.

आपण सर्वचजण हल्ली पुष्कळ बाहेरचे खाणे खातो. बाहेरचे खाद्यपदार्थ बनवताना घरच्याइतकी स्वच्छता पाळली जाईलच असे नसते. त्यामुळे पोटाच्या तक्रारी उद्भवतात. म्हणून प्रत्येकाने सहा महिन्यांनी एकदा जंताचे औषध सुरक्षिततेचा उपाय म्हणून अवश्य घ्यावे.

मध हा खारकेपेक्षासुद्धा पौष्टिक आहे.
मध दुधाच्या सहा पट जास्त पौष्टिक आहे.

स्वयंपाक घरात झुरळ असतील, तर आधी ओटा धुवुन पुसून घ्यावा. नंतर एका बाऊलमध्ये बोरीक पावडर व कणिक घेऊन त्यात पाणी घालून सरसरीत पेस्ट तयार करून घ्यावी. मग रंगवायच्या जाड ब्रशने ओट्याच्या सांदी-कोपऱ्यातून ती पेस्ट लावावी. झुरळांचा नायनाट होतो. वर्षातून दोनवेळा ही उपाययोजना अवश्य करावी.

प्राणायाम आणि योगासने करण्याने शरीर आणि मन दोन्हींचे आरोग्य उत्तम राहते.

दातांचे आरोग्य चांगले राहावे यावर एक साधा उपाय आहे. रात्री झोपण्यापूर्वी तुरटीच्या पाण्याने खळखळून चुळा भराव्या.

दुपारचे जेवण पौष्टिक असावे, पण मेद वाढवणारे नसावे. जेवणानंतर काही वेळ विश्रांती घ्यावी. या वेळात हवे तर एखादे पुस्तक वाचावे किंवा चक्क कुणाशी तरी गप्पा मारल्या तरी चालेल. थोडी शतपावली करावी.

कोणताही व्यवहार करताना, महत्त्वाचा निर्णय घेताना चारजणांचा विचार घेऊन, त्या विषयातील तज्ज्ञ व्यक्तींचा सल्ला घेऊन मगच करावा.

काळजी करू नका! काळजी करण्याने रक्ताभिसरण, हृदय, ग्रंथी यांचे कार्य आणि शरीरातली सगळी व्यवस्थाच कोलमडून पडते. फार काम करण्याने मरण ओढवत नाही. पण काळजी करण्याने मात्र आयुष्य नक्कीच कमी होते.

तुती, पेरू आणि द्राक्षे सारक म्हणून खूप चांगली आहेत. खूप खावीत. पोट स्वच्छ राहील.
संत्री किंवा कोणतीही आंबट फळं खाण्याने रक्तदाब आटोक्यात राहतो.

लहान मुले, गरोदर स्त्रिया, ज्यांच्या अंगावर दूध पिणारी मुले आहेत अशा स्त्रिया, वृद्ध लोक आणि मूत्रपिंड किंवा यकृत यांचा त्रास असलेल्या लोकांनी स्वत:च्या मनाने औषधे घेऊ नयेत.

कोणतेही औषध घेताना भरपूर पाणी प्यावे. त्यामुळे औषध पोटात लवकर विरघळेल. शिवाय पोटातले नाजूक पदर त्यामुळे दुखावणार नाहीत.

सकाळी तोंड धुताना टंगक्लीनरने जीभ चांगली स्वच्छ करावी. फक्त दात घासणे पुरेसे नसते. उजव्या हाताच्या मधल्या बोटाने हिरड्यांना मालीश करणंही खूप महत्त्वाचे असते.

सकाळी नळ सोडल्या सोडल्या लगेच येणारे पाणी पिऊ नये. नळ सुरू करून थोडे पाणी आधी वाहून जाऊ द्यावे. रात्रभर पाणी शिशाच्या पाईपमध्ये साठून राहिलेले असते. ते पाणी शरीराला हानिकारक ठरते.

थंड पाण्याने अंघोळ केल्यामुळे सहनशक्ती वाढते आणि सर्दी होत नाही.

मनावर फार ताण जाणवत असेल, तर सरळ दोन चमचे मध पोटात घेऊन बघावा. सगळ्या नसा शिथिल होऊन मनाला आराम मिळाल्यासारखे वाटते.

जेव्हा शक्य होईल तेव्हा दोन मिनिटे डोळे बंद करून बसावे. डोळ्यांना आराम मिळतो.

नेहमी डोक्याला थंडावा आणि पावलांना ऊब दिली, तर दवाखान्याची पायरी चढावी लागणार नाही.

कारले, कडुलिंबाची पाने, जांभळाच्या बिया आणि मेथीदाणे यांच्यामुळे मधुमेहावर नियंत्रण ठेवता येते असे मानले जाते.

वरचेवर आपले पोट आत ओढून घ्यावे. असे केल्यामुळे पोट सुटत नाही.

थोडे मध आणि पिकलेले केळे एकत्र कुस्करून चेहेऱ्यावर लावावे. दहा मिनिटांनी चेहरा धुऊन टाकावा. थोड्याच दिवसांत चेहरा चमकदार होईल.

एखादा उपास करण्याने, विशेषत: रात्री न खाण्याने पोट सुस्थितीत राहते.

बऱ्याचदा आपण निष्काळजीपणामुळेच आजारपण ओढवून घेत असतो. गरजेपेक्षा जास्त खाणे, सिगारेट ओढणे आणि मद्यपान करणे या तीन गोष्टी टाळलेल्याच बऱ्या.

योगशास्त्राप्रमाणे डाव्या कुशीवर झोपल्यास आरोग्य चांगले राहते.

फुफ्फुसांचा तळाकडचा भाग आणि पोट यातून श्वास घ्यावा. पुष्कळजण वरच्यावर श्वास घेतात. पण त्यापेक्षा तळाकडून श्वास घेण्याच्या पद्धतीमुळे ऑक्सिजन जास्त प्रमाणात आत खेचला जातो आणि रक्त शुद्ध होते.

योगाचार्यांनी श्वसनाचे अतिशय प्रभावी तंत्र सांगून ठेवले आहे. एका नाकपुडीने श्वास घेऊन दुसऱ्या नाकपुडीने तो बाहेर सोडल्यास ताण-तणाव कमी होतो.

खोल, दीर्घ श्वसनामुळे मन शांत राहते.

ॲलोपॅथीच्या सर्वच औषधांचे काही ना काहीतरी साईड इफेक्ट्स होतात. त्याबद्दल प्रत्येक वेळी डॉक्टर तुम्हाला सांगतीलच असे नाही. म्हणून प्रमाणाबाहेर औषधे घेणे टाळलेलंच बरं!

अन्न सावकाश, चावून चावून खावे.

रात्री खिडक्या उघड्या राहू द्याव्यात. सकाळी उठल्या उठल्या दीर्घश्वसन करत ताजी हवा आतपर्यंत भरू घ्यावी.

एकाच वेळी जास्त खाऊ नये. जर एखाद्या वेळी दुपारी जेवण झाले नसेल, तर रात्री दुप्पट खाणे टाळावे. कारण त्यामुळे रात्री त्याचे मेदातच रूपांतर होईल.

उपयुक्त कानमंत्र । ५१

रात्री झोपताना ग्लासभर गरम दूध प्यावे. त्यामुळे शांत झोप लागते. शिवाय मलविसर्जन क्रिया सुधारते.

गरजेपेक्षा थोडे कमीच खावे. त्यामुळे बांधा सुडौल आणि सडपातळ राहतो. पुष्कळदा लोक अतिखाण्यानेच आजारी पडतात.

रात्री जेवण झाले की लगेचच झोपू नये. रात्रीचे जेवण आणि झोप यात कमीत कमी काही तासांचे अंतर असावे.

सर्दी-खोकला-ताप यांवर मध फारच गुणकारी आहे. त्याने रक्तही शुद्ध होतं.

मन आणि शरीर यावर नियंत्रण ठेवण्यासाठी योगासने हा शास्त्रशुद्ध उपाय आहे. त्यामुळे तारुण्य दीर्घकाळ टिकून राहते.

तेलकट-तूपकट पदार्थ, शेंगदाणे, सुकामेवा, गोड पदार्थ, शितपेय या सगळ्यांमुळे कोलेस्टेरॉल वाढते, चरबी वाढते. त्यामुळे या गोष्टी शक्यतो टाळलेल्याच बऱ्या.

आठवड्यातून एकदा किंवा त्याहून जास्त वेळा मुलांना मोहरीच्या तेलाने मालीश करावे. विशेषत: थंडीच्या दिवसात त्याने खूप फायदा होतो.

घरात कामधंद्याचे विषय न आणण्याने तब्येत
ठणठणीत राहते.

४ औंस वाईन किंवा बिअर, अथवा १ औंस मद्यात १०० कॅलरीज असतात. त्यामुळे तुमचे वजन वाढायला मदत होते.

इसबगोल आणि खायचा डिंक यांत खूप तंतू आहेत. इसबगोलमुळे पोट साफ राहते आणि डिंकामुळे भुकेवर नियंत्रण राहते.

गरम पाण्याने डोळे धुऊ नयेत. डोळ्यांना थकवा जाणवत असेल, तर थोडावेळ डोळे मिटून पडावे. डोळ्यांवर हाताचे तळवे ठेवावेत.

तुम्हाला जर दीर्घकाळ संगणकावर काम करावे लागत असेल, तर अधून मधून आठवणीने डोळ्यांची उघडझाप करावी. त्यामुळे डोळ्यांवरचा ताण कमी होतो.

सकाळच्या कोवळ्या उन्हामुळे शरीराला 'डी' जीवनसत्त्व मिळते. त्यामुळे रोज सकाळी थोडेतरी कोवळ्या उन्हात चालावे किंवा बसावे.

रोज फळे आणि भाज्या यांचे सेवन करण्याने शरीर तंदुरुस्त राहते.

दुपारच्या उन्हात बाहेर पडू नये. त्या वेळी सूर्यकिरण सर्वाधिक प्रखर असल्यामुळे आपल्याला त्याचा त्रासच होतो.

उन्हात बाहेर पडताना, दुचाकी चालवताना गॉगल अवश्य लावावा. त्यामुळे धूळ, वारा, धूर आणि सूर्यप्रकाश यांपासून डोळ्यांचे संरक्षण होईल.

सौंदर्य आणि आरोग्याची दोन रहस्ये माहीत आहेत का? गाईचं दूध आणि मध.

मांसाहार शरीराला घातकच ठरतो. कारण त्यात शरीरातील न वापरली गेलेली प्रथिने बाहेर फेकून द्यायला उपयुक्त तंतूच नसतात. मात्र भाज्या आणि फळे तंतुमय असल्याने ती खाणे फायदेशीर ठरते.

पोट जर डब्ब वाटत असेल, तर श्वास बाहेर टाकून काही क्षण तसेच थांबावे. असं ७-८ वेळा केल्यावर पोट हळूहळू हलकं वाटायला लागते.

तुम्हाला डॉक्टरांनी सल्ला दिलेला असेल तोपर्यंत बाळाला आईचे दूधच देत राहा.

उपयुक्त कानमंत्र । ६१

व्यायाम केला की आपण वाट्टेल ते खाल्ले तरी चालते, या गोड गैरसमजुतीत राहू नये.

एक पौंड वजन म्हणजे ३५०० कॅलरीज आणि इतकं वजन घटवायला पंधरा मिनिटे सलग व्यायाम करावा लागतो.

लसूण अनेक प्रकारच्या आजारांवर फार गुणकारी आहे. लसूण खाल्ल्यानंतर थोडी कोथिंबीर चावून चावून खाल्ली, तर तोंडाला लसणीचा उग्र वास येत नाही.

खूप पिकलेली फळे खायच्याऐवजी थोडासा कच्चेपणा असलेली फळे खावीत. त्यात जास्त ऊर्जा असते.

डोळ्यांना जेव्हा थकवा येईल तेव्हा नाकापुढे एक पेन्सिल धरा. पेन्सिलीचे टोक साधारणपणे भुवईच्या रेषेत असावे. मग त्या टोकाकडे स्थिर नजरेने एखाद-दुसरे मिनिट पाहण्याचा प्रयत्न करा. मग डोळे मिनिटभर बंद करा. या व्यायामामुळे डोळ्यांवरचा ताण कमी होतो.

कोरड्या खोकल्यावर काळी मिरी फारच उपयुक्त ठरते. तसेच काळी मिरी आतला सगळा कफ बाहेर काढून टाकते.

बद्धकोष्ठतेचा जुनाट विकार त्रासदायक वाटतो आहे का? मग रात्री पाण्यात २-३ सुकी अंजीर भिजत घालावीत. सकाळी ३ चमचे मधाबरोबर ती खाऊन टाकावीत. दोन-तीन आठवड्यात तुम्हाला नक्की गुण येईल. शिवाय यामुळे अशक्तपणा आणि कोरडा खोकलाही कमी होतो.

दीर्घकाळ हेडफोन लावून बसण्याने कानांच्या पडद्यांना इजा पोहोचते.

उपयुक्त कानमंत्र । ६५

गरम पाण्यात दोनतीन थेंब कोणताही शाम्पू आणि हायड्रोजन पेरॉक्साईड घालून त्यात दहा मिनिटे पाय बुडवा. मग पाय टिपून पाय घासण्याच्या ब्रशने डेडस्कीन काढून टाका. पायाला क्रीम किंवा व्हॅसलिन लावून झोपा. याने पायाला भेगा पडणे कमी होऊन पाय मऊ राहतात. काही जणांच्या पायाच्या तळव्याशी खूप घाम येतो. त्यांच्या मोज्यांना असह्य दुर्गंधी येते. अशा लोकांनी सुती मोजे वापरावेत. मोजे आणि बुटात थोडीशी मायकोडर्म पावडर घालावी. घामाची दुर्गंधी नाहीशी होते.

ज्यांना खूप घाम येऊन शरीरालाही दुर्गंधी येते, त्यांनी काखेत मायकोडर्म पावडर लावावी; अर्थात आधी थोडीशी लावून आपल्याला पावडर सूट होते की नाही हे आजमावून पहावे. तसेच कांदा लसूण, मांसाहार करणे टाळावे.

चला जाणून घेऊ या!
सौंदर्याचे रहस्य

मंजूषा आमडेकर

आकर्षक व्यक्तिमत्त्व म्हणजे गोरेगोमटे रूप
असं मानायचा काळ कधीच गेला.
त्याऐवजी सौंदर्य + स्मार्टनेस + बुद्धिचे तेज हा त्रिवेणीसंगम
आजकाल अपेक्षित असतो.
आपण ज्या वर्तुळात वावरतो, तिथे सगळ्यांमध्ये आपण
उठून दिसावं, आपल्या व्यक्तिमत्त्वाची छाप पडावी असं
वाटण्यात काहीच गैर नाही.
उपजत सौंदर्य हे जरी आपल्या हातात नसलं, तरी प्रयत्नपूर्वक
व्यक्तिमत्त्व खुलवून त्यात आकर्षकपणा, भारदस्तपणा आणणं
जमण्यासारखं असतं.
त्यासाठीच हे पुस्तक.

चला जाणून घेऊ या!

तणावमुक्त व्हा, आनंदी रहा

मंजूषा आमडेकर

जीवनातली दुःखं, प्रश्न, चिंता माणसाला नेहमीच ग्रासून टाकतात. अशावेळी सकारात्मक दृष्टिकोन ठेवून आयुष्य सुखावह करण्याचं
योग्य मार्गदर्शन करणारं...